திருமண நட்சத்திரப் பொருத்தங்கள்

(ஒரு கல்யாணக் கையேடு)

ஜோதிடர்
Dr. ஆ. குமாரவேல்

விஜயா பதிப்பகம்
20, ராஜ வீதி,
கோயம்புத்தூர் - 641 001.
vijayapathippagam2007@gmail.com

© விஜயா பதிப்பகம்

நூலின் பெயர்	:	**திருமண நட்சத்திரப் பொருத்தங்கள்**
ஆசிரியர்	:	Dr. அ. குமாரவேல்
மூன்றாம் பதிப்பு	:	ஜூன் 2014
வெளியீடு	:	**விஜயா பதிப்பகம்**
		20, ராஜ வீதி,
		கோயம்புத்தூர் - 641 001.
		ℂ 0422 - 2382614 / 2385614
ஒளியச்சு / புத்தக வடிவமைப்பு	:	ஐரிஸ் கிராபிக்ஸ், கோவை - 15.
அட்டை வடிவமைப்பு	:	ஆர்.சி. மதிராஜ், சென்னை.
அச்சாக்கம்	:	ஜோதி எண்டர்பிரைசஸ், சென்னை - 5.
பக்கங்கள்	:	80
விலை	:	ரூ.30/-

ISBN - 81-8446-146-1

THIRUMANA NATCHATHIRA PORUTHANGAL

Author	:	Dr. A.Kumaravel
Third Edition	:	June 2014
Published By	:	**VIJAYA PATHIPPAGAM,**
		20, Raja Street, Coimbatore - 641 001.
		ℂ 0422 - 2382614 / 2385614
Layout & Laser Type set	:	**IRIS graphics**, Coimbatore - 15.
Cover Design	:	R.C. Mathiraj, Chennai.
Printed At	:	Jothy Enterprises, Chennai - 5.
Pages	:	80
Price	:	Rs.30/-

சமர்ப்பணம்

இந்த ஏகலைவனிடம்
கட்டை விரல் கேட்காத
ஏ.எம்.ஆர்.
அவர்களது திருவடிகளுக்கு
- ஆசிரியர்

என்னுரை

இனிய நேயர்களே! என் பணிவான வணக்கம். **கடந்த பல வருடங்களாக நாமக்கல், சேலம், ஈரோடு, கோவை, ஊட்டி, காஞ்சிபுரம், திருவண்ணாமலை, தர்மபுரி, கிருஷ்ணகிரி நகரங்களில் தனியார் தொலைக்காட்சிகள் மூலமாய் தின, வார ராசிபலன் நிகழ்ச்சிகளை வழங்கி வருகிறேன். ஜோதிடமும், கோவில் பூசையும் எங்கள் குலத் தொழில்.** சாதிகள் கெடட்டும், சாதிப்பண்புகள் கெடாது. அந்த அடிப்படையில் இந்த நூல் சம்பந்தமாய் சில விவரங்களைத் தர விரும்புகிறேன்.

பொருந்துகின்ற நட்சத்திரங்களுக்கு வரிசை எண்கள் தரப்பட்டுள்ளன. அது ஜோதிட முறைப்படியான எண்ணே தவிர முதலாவது நட்சத்திரம் அதிக பொருத்தங்கள் கொண்டது என்றோ கடைசி நட்சத்திரம் குறைவான பொருத்தங்கள் கொண்டது என்றோ தவறாகப் புரிந்து கொள்ள வேண்டாம். எல்லா நட்சத்திரங்களுக்குமே ஏழு முதல் ஒன்பது பொருத்தங்கள் உள்ளன. எந்த நடசத்திரத்திற்கு எத்தனை பொருத்தங்கள் உள்ளன என்பது அவசியமில்லை. எல்லா நட்சத்திரங்களுக்கும் முக்கியப் பொருத்தங்கள் அனைத்தும் உள்ளன. எனவே பொருந்துகின்ற நட்சத்திரங்கள் எல்லாமே ஒன்றுக்கொன்று கிட்டத்தட்ட சமமானவைகளே!

அது போல, பொருந்தாத நட்சத்திரங்களிலும் முதலில் உள்ள நட்சத்திரத்தை விட கடைசியில் உள்ள நட்சத்திரம் மோசம் என்பதாக புரிந்து கொள்ள வேண்டாம். எல்லா நட்சத்திரங் களுக்குமே முக்கிய பொருத்தங்கள் மிகவும் குறைவாக உள்ளன.

சில சாஸ்திரங்களில், சில நட்சத்திரங்கள் - கணவன் - மனைவி இருவருக்குமே ஒன்றாக இருந்தால் தவறேதுமில்லை எனச் சொல்கின்றன. ஆனால் கலியுகத்தில் திருமண வாழ்வின் அடிப்படையும் முக்கியத்துவமும் மாறிவிட்ட சூழலில் ஒரே நட்சத்திரம் ஒரே ராசியுள்ள பெண்ணும், ஆணும் திருமணம் புரிவதால் பெரும் கஷ்டங்கள் வருகின்றன. இது அனுபவ உண்மை என்பதால் ஒரே ராசியுள்ள நட்சத்திரங்கள் பொருந்தாது எனக் குறிப்பிட்டிருக்கிறோம். ஷஷ்ட அஷ்டக தோஷத்திற்கும் உரிய முக்கியத்துவம் கொடுத்திருக்கிறோம்.

இப்புத்தகத்தை எப்படிப் பயன்படுத்துவது?

1. மாப்பிள்ளையின் நட்சத்திரம் உள்ள பக்கத்திற்குச் செல்லுங்கள்.
2. பெண் நட்சத்திரம் எப்பட்டியலில் வருகிறது என்பதைப் பாருங்கள்.
3. பொருந்தாத நட்சத்திரத்தின் பட்டியலில் இருந்தால் ஒதுக்கிவிடுங்கள்.
4. மிக நன்றாய்ப் பொருந்துகிற அல்லது மீதியுள்ள நட்சத்திரப் பட்டியலில் பெண்ணின் நட்சத்திரம் இருந்தால் பெண் மற்றும் மாப்பிள்ளையின் ஜாதகங்களை தகுந்த ஜோதிடரிடம் காட்டி முடிவெடுக்க வேண்டும். ஒன்பது பொருத்தங்கள் இருந்தால் கூட சில தோஷங்களால் ஜாதகங்கள் பொருந்தாமல் போய்விடும்.

எனவே, பொருத்தங்களின் எண்ணிக்கையை மட்டும் வைத்து நீங்களே கல்யாணத்தை நிச்சயம் செய்து விடக் கூடாது. பொருந்தாது என்று ஒதுக்கும் வேலையை இப்புத்தகத்தை வைத்துக்கொண்டு நீங்களே செய்து விடலாம். ஜாதகரீதியான பொருத்தம் இருக்கிறதா என்பதை தகுந்த ஜோதிடர்தான் முடிவு செய்ய வேண்டும்.

இனிமையான மண வாழ்க்கை அமைய நவக்கிரகங்களை பிரார்த்திக்கிறோம். (ஆலயத்தின் அமைதி உங்கள் அகத்துள் வரும் என நம்புகிறோம்). ஆயுதத்தின் அருகே சென்றால் எல்லோருக்கும் பயம் வரும். எழுத்தாளர்களுக்கு - விஜயா வேலாயுதம் அருகே சென்றால் ஜெயம் வரும்.

தமிழ்க் கடவுள் முருகனுக்கு வேலைத் தந்தவர் பாவை சிதம்பரம். இக் குமாரவேலின் நூலை உங்களுக்குத் தருபவர் கோவை சிதம்பரம். இவர்களிருவருக்கும் என் மனமார்ந்த நன்றி. இந்நூலுக்கு ராஜ அலங்காரம் செய்த ராஜாராமன் அவர்கட்கு என் அன்பு. கண் மருத்துவர்களைக் கேட்டால் தெரியும் - விழிக்கு நிறம் தருவது ஐரிஸ் என்பது. இப் புத்தகத்திற்கு - வண்ண வரம் தரும் - கோவை ஐரிஸ் வடிவமைப்பகத்திற்கு என் பாசமான நன்றி. ஒளி வீசும் அச்சகமான ஜோதி எண்டர்பிரைசஸ் என் பிரியத்துக்குரியது. முன் சொன்ன அனைத்து தனியார் தொலைக்காட்சி சேனல்களுக்கு என்றென்றும் நன்றி.

என்றும் அன்புடன்
Dr. ஆ. குமாரவேல்
Email - virgovelin@yahoo.co.in

நாமக்கல்
ஜூலை 2009

பக்க வழிகாட்டி

ஆணின் நட்சத்திரம்	பக்கம்
1. அஸ்வினி (மேஷ ராசி)	9
2. பரணி (மேஷ ராசி)	11
3. கிருத்திகை - 1 ஆம் பாதம் (மேஷ ராசி)	13
4. கிருத்திகை - 2, 3, 4 ஆம் பாதங்கள் (ரிஷப ராசி)	15
5. ரோகிணி (ரிஷப ராசி)	17
6. மிருகசீரிடம் 1, 2 ஆம் பாதங்கள் (ரிஷப ராசி)	19
7. மிருகசீரிடம் 3, 4 ஆம் பாதங்கள் (மிதுன ராசி)	21
8. திருவாதிரை (மிதுன ராசி)	23
9. புனர்பூசம் 1, 2, 3 ஆம் பாதங்கள் (மிதுன ராசி)	25
10. புனர்பூசம் - 4 ஆண்ம் பாதம் (கடக ராசி)	27
11. பூசம் (கடக ராசி)	29
12. ஆயில்யம் (கடக ராசி)	31
13. மகம் (சிம்ம ராசி)	33
14. பூரம் (சிம்ம ராசி)	35
15. உத்திரம் - 1 ஆம் பாதம் (சிம்ம ராசி)	37

16.	உத்திரம் 2, 3, 4 ஆம் பாதங்கள் (கன்னி ராசி)	39
17.	அஸ்தம் (கன்னி ராசி)	41
18.	சித்திரை 1, 2 ஆம் பாதங்கள் (கன்னி ராசி)	43
19.	சித்தரை 3, 4 ஆம் பாதங்கள் (துலாம் ராசி)	45
20.	சுவாதி (துலாம் ராசி)	47
21.	விசாகம் 1, 2, 3 ஆம் பாதங்கள் (துலாம் ராசி)	49
22.	விசாகம் 4 ஆம் பாதம் (விருச்சிக ராசி)	51
23.	அனுஷம் (விருச்சிக ராசி)	53
24.	கேட்டை (விருச்சிக ராசி)	55
25.	மூலம் (தனுசு ராசி)	57
26.	பூராடம் (தனுசு ராசி)	59
27.	உத்திராடம் 1 ஆம் பாதம் (தனுசு ராசி)	61
28.	உத்திராடம் 2, 3, 4ஆம் பாதங்கள் (மகர ராசி)	63
29.	திருவோணம் (மகர ராசி)	65
30.	அவிட்டம் 1, 2 ஆம் பாதங்கள் (மகர ராசி)	67
31.	அவிட்டம் 3, 4 ஆம் பாதங்கள் (கும்ப ராசி)	69
32.	சதயம் (கும்ப ராசி)	71
33.	பூரட்டாதி 1, 2, 3 ஆம் பாதங்கள் (கும்ப ராசி)	73
34.	பூரட்டாதி 4 ஆம் பாதம் (மீன ராசி)	75
35.	உத்திராட்டாதி (மீன ராசி)	77
36.	ரேவதி (மீன ராசி)	79

ஆணின் நட்சத்திரம் : அஸ்வினி
(மேஷ ராசி)

I. மிக நன்றாய்ப் பொருந்தும் பெண் நட்சத்திரங்கள்:
(பத்துக்கு ஆறு பொருத்தங்களுக்கு மேல் இருக்கும்)

1. கிருத்திகை *(ரிஷபம்)*
2. ரோகிணி
3. மிருகசீரிடம் *(ரிஷபம் & மிதுனம்)*
4. திருவாதிரை
5. புனர்பூசம் *(மிதுனம் & கடகம்)*
6. பூசம்
7. பூரம்
8. உத்திரம் *(சிம்மம்)*
9. அனுஷம்
10. பூராடம்
11. உத்திராடம் *(தனுசு & மகரம்)*
12. திருவோணம்

II. பொருந்தாத பெண் நட்சத்திரங்கள் :

1. அஸ்வினி
2. பரணி
3. கிருத்திகை (மேஷம்)
4. ஆயில்யம்
5. மகம்
6. கேட்டை
7. மூலம்
8. அவிட்டம் (மகரம் & கும்பம்)
9. ரேவதி

III. மீதியுள்ள பெண் நட்சத்திரங்கள் :

இவைகளும் பொருந்தும். ஆனால், பத்துக்கு ஐந்து முதல் ஆறு பொருத்தங்கள் மட்டும் இருக்கும்.

ஆணின் நட்சத்திரம் : பரணி
(மேஷ ராசி)

I. மிக நன்றாய்ப் பொருந்தும் பெண் நட்சத்திரங்கள்:
(பத்துக்கு ஆறு பொருத்தங்களுக்கு மேல் இருக்கும்)

1. ரோகிணி
2. மிருகசீரிடம் *(ரிஷபம் & மிதுனம்)*
3. திருவாதிரை
4. புனர்பூசம் *(மிதுனம் & கடகம்)*
5. உத்திரம் *(சிம்மம்)*
6. அஸ்தம்
7. சுவாதி
8. திருவோணம்
9. உத்திராடம் *(தனுசு & மகரம்)*

II. பொருந்தாத பெண் நட்சத்திரங்கள் :

1. அஸ்வினி
2. பரணி

3. கிருத்திகை *(மேஷம்)*
4. பூசம்
5. பூரம்
6. சித்திரை *(கன்னி & துலாம்)*
7. விசாகம் *(துலாம் & விருச்சிகம்)*
8. அனுஷம்
9. பூராடம்
10. அவிட்டம் *(மகரம் & கும்பம்)*
11. சதயம்
12. பூரட்டாதி *(கும்பம் & மீனம்)*
13. உத்திரட்டாதி

III. மீதியுள்ள பெண் நட்சத்திரங்கள் :

இவைகளும் பொருந்தும். ஆனால், பத்துக்கு ஐந்து முதல் ஆறு பொருத்தங்கள் மட்டும் இருக்கும்.

ஆணின் நட்சத்திரம் : கிருத்திகை
1 ஆம் பாதம் (மேஷ ராசி)

I. மிக நன்றாய்ப் பொருந்தும் பெண் நட்சத்திரங்கள்:
(பத்துக்கு ஆறு பொருத்தங்களுக்கு மேல் இருக்கும்)

1. ரோகிணி
2. மிருகசீரிடம் *(ரிஷபம் & மிதுனம்)*
3. திருவாதிரை
4. பூசம்
5. ஆயில்யம்
6. மகம்
7. பூரம்
8. அஸ்தம்
9. சுவாதி
10. அனுஷம்
11. கேட்டை
12. மூலம்
13. ரேவதி

II. பொருந்தாத பெண் நட்சத்திரங்கள் :

1. *அஸ்வினி*
2. *பரணி*
3. *கிருத்திகை (மேஷம்)*
4. *புனர்பூசம் (மிதுனம் & கடகம்)*
5. *உத்திரம் (சிம்மம் & கன்னி)*
6. *விசாகம் (துலாம் & விருச்சிகம்)*
7. *உத்திராடம் (தனுசு & மகரம்)*
8. *அவிட்டம் (மகரம்)*
9. *பூரட்டாதி (கும்பம் & மீனம்)*

III. மீதியுள்ள பெண் நட்சத்திரங்கள் :

இவைகளும் பொருந்தும். ஆனால், பத்துக்கு ஐந்து முதல் ஆறு பொருத்தங்கள் மட்டும் இருக்கும்.

ஆணின் நட்சத்திரம் : கிருத்திகை 2, 3, 4 ஆம் பாதங்கள் (ரிஷப ராசி)

I. மிக நன்றாய்ப் பொருந்தும் பெண் நட்சத்திரங்கள் :
(பத்துக்கு ஆறு பொருத்தங்களுக்கு மேல் இருக்கும்)

1. பரணி
2. மிருகசீரிடம் (மிதுனம்)
3. திருவாதிரை
4. பூசம்
5. ஆயில்யம்
6. மகம்
7. பூரம்
8. அஸ்தம்
9. சுவாதி
10. அனுஷம்
11. கேட்டை
12. ரேவதி

II. பொருந்தாத பெண் நட்சத்திரங்கள் :

1. கிருத்திகை (மேஷம் & ரிஷபம்)
2. ரோகிணி
3. மிருகசீரிடம் (ரிஷபம்)
4. புனர்பூசம் (மிதுனம் & கடகம்)
5. விசாகம் (துலாம் & விருச்சிகம்)
6. உத்திரம் (சிம்மம் & கன்னி)
7. பூராடம்
8. உத்திராடம் (தனுசு & மகரம்)
9. அவிட்டம் (மகரம்)
10. பூரட்டாதி (கும்பம் & மீனம்)
11. உத்திரட்டாதி

III. மீதியுள்ள பெண் நட்சத்திரங்கள் :

இவைகளும் பொருந்தும். ஆனால், பத்துக்கு ஐந்து முதல் ஆறு பொருத்தங்கள் மட்டும் இருக்கும்.

ஆணின் நட்சத்திரம் : ரோகிணி
(ரிஷப ராசி)

I. மிக நன்றாய்ப் பொருந்தும் பெண் நட்சத்திரங்கள் :
(பத்துக்கு ஆறு பொருத்தங்களுக்கு மேல் இருக்கும்)

1. அஸ்வினி
2. மிருகசீரிடம் (மிதுனம்)
3. புனர்பூசம் (மிதுனம் & கடகம்)
4. பூசம்
5. உத்திரம் (சிம்மம் & கன்னி)
6. அனுஷம்
7. உத்திராடம் (மகரம்)
8. பூரட்டாதி (கும்பம்)

II. பொருந்தாத பெண் நட்சத்திரங்கள் :

1. கிருத்திகை (ரிஷபம்)
2. ரோகிணி

3. மிருகசீரிடம் (ரிஷபம்)
4. திருவாதிரை
5. பூரம்
6. அஸ்தம்
7. சுவாதி
8. திருவோணம்
9. சதயம்

III. மீதியுள்ள பெண் நட்சத்திரங்கள் :

இவைகளும் பொருந்தும். ஆனால், பத்துக்கு ஐந்து முதல் ஆறு பொருத்தங்கள் மட்டும் இருக்கும்.

ஆணின் நட்சத்திரம் : மிருகசீரிடம் 1, 2 ஆம் பாதங்கள் (ரிஷப ராசி)

I. மிக நன்றாய்ப் பொருந்தும் பெண் நட்சத்திரங்கள் :
(பத்துக்கு ஆறு பொருத்தங்களுக்கு மேல் இருக்கும்)

1. பரணி
2. திருவாதிரை
3. புனர்பூசம் (மிதுனம் & கடகம்)
4. பூசம்
5. ஆயில்யம்
6. உத்திரம் (சிம்மம் & கன்னி)
7. அஸ்தம்
8. சுவாதி
9. விசாகம் (துலாம் & விருச்சிகம்)
10. அனுஷம்
11. கேட்டை
12. பூராடம்

13. உத்திராடம் *(மகரம்)*
14. திருவோணம்
15. சதயம்
16. பூரட்டாதி *(கும்பம் & மீனம்)*

II. பொருந்தாத பெண் நட்சத்திரங்கள் :

1. கிருத்திகை *(ரிஷபம்)*
2. ரோகிணி
3. மிருகசீரிடம் *(ரிஷபம்)*
4. சித்திரை *(கன்னி & துலாம்)*
5. அவிட்டம் *(மகரம் & கும்பம்)*

III. மீதியுள்ள பெண் நட்சத்திரங்கள் :

இவைகளும் பொருந்தும். ஆனால், பத்துக்கு ஐந்து முதல் ஆறு பொருத்தங்கள் மட்டும் இருக்கும்.

ஆணின் நட்சத்திரம் : மிருகசீரிடம் 3, 4 ஆம் பாதங்கள் (மிதுன ராசி)

I. மிக நன்றாய்ப் பொருந்தும் பெண் நட்சத்திரங்கள் : (பத்துக்கு ஆறு பொருத்தங்களுக்கு மேல் இருக்கும்)

1. பரணி
2. ரோகிணி
3. புனர்பூசம் (கடகம்)
4. பூசம்
5. ஆயில்யம்
6. உத்திரம் (சிம்மம் & கன்னி)
7. அஸ்தம்
8. சுவாதி
9. விசாகம் (துலாம்)
10. அனுஷம்
11. கேட்டை
12. மூலம்

13. பூராடம்
14. உத்திராடம் *(தனுசு & மகரம்)*
15. திருவோணம்
16. சதயம்
17. பூரட்டாதி *(கும்பம் & மீனம்)*

II. பொருந்தாத பெண் நட்சத்திரங்கள் :

1. அஸ்வினி
2. கிருத்திகை *(மேஷம்)*
3. மிருகசீரிடம் *(மிதுனம்)*
4. திருவாதிரை
5. புனர்பூசம் *(மிதுனம்)*
6. சித்திரை *(கன்னி & துலாம்)*
7. அவிட்டம் *(மகரம் & கும்பம்)*

III. மீதியுள்ள பெண் நட்சத்திரங்கள் :

இவைகளும் பொருந்தும். ஆனால், பத்துக்கு ஐந்து முதல் ஆறு பொருத்தங்கள் மட்டும் இருக்கும்.

ஆணின் நட்சத்திரம் : திருவாதிரை
(மிதுன ராசி)

I. மிக நன்றாய்ப் பொருந்தும் பெண் நட்சத்திரங்கள் :
(பத்துக்கு ஆறு பொருத்தங்களுக்கு மேல் இருக்கும்)

1. மிருகசீரிடம் (ரிஷபம்)
2. பூசம்
3. பூரம்
4. உத்திரம் (சிம்மம் & கன்னி)
5. பூராடம்
6. உத்திராடம் (தனுசு & மகரம்)
7. பூரட்டாதி (கும்பம் & மீனம்)
8. உத்திரட்டாதி

II. பொருந்தாத பெண் நட்சத்திரங்கள் :

1. அஸ்விணி
2. பரணி
3. ரோகிணி

4. மிருகசீரிடம் (மிதுனம்)
5. திருவாதிரை
6. புனர்பூசம் (மிதுனம்)
7. ஆயில்யம்
8. அஸ்தம்
9. சுவாதி
10. விசாகம் (விருச்சிகம்)
11. அனுஷம்
12. கேட்டை
13. திருவோணம்
14. சதயம்

III. மீதியுள்ள பெண் நட்சத்திரங்கள் :

இவைகளும் பொருந்தும். ஆனால், பத்துக்கு ஐந்து முதல் ஆறு பொருத்தங்கள் மட்டும் இருக்கும்.

ஆணின் நட்சத்திரம் : புனர்பூசம்
1, 2, 3 ஆம் பாதங்கள் (மிதுன ராசி)

I. மிக நன்றாய்ப் பொருந்தும் பெண் நட்சத்திரங்கள்:
(பத்துக்கு ஆறு பொருத்தங்களுக்கு மேல் இருக்கும்)

1. ரோகிணி
2. பூசம்
3. ஆயில்யம்
4. அஸ்தம்
5. சித்திரை (துலாம் & கன்னி)
6. சுவாதி
7. அனுஷம்
8. கேட்டை
9. பூராடம்
10. திருவோணம்
11. அவிட்டம் (மகரம் & கும்பம்)
12. சதயம்

13. உத்திரட்டாதி
14. ரேவதி

II. பொருந்தாத பெண் நட்சத்திரங்கள் :

1. கிருத்திகை *(மேஷம் & ரிஷபம்)*
2. மிருகசீரிடம் *(மிதுனம்)*
3. திருவாதிரை
4. புனர்பூசம் *(மிதுனம்)*
5. உத்திரம் *(சிம்மம் & கன்னி)*
6. விசாகம் *(துலாம் & விருச்சிகம்)*
7. உத்திராடம் *(தனுசு & மகரம்)*
8. பூரட்டாதி *(கும்பம் & மீனம்)*

III. மீதியுள்ள பெண் நட்சத்திரங்கள் :

இவைகளும் பொருந்தும். ஆனால், பத்துக்கு ஐந்து முதல் ஆறு பொருத்தங்கள் மட்டும் இருக்கும்.

ஆணின் நட்சத்திரம் : புனர்பூசம் 4 ஆம் பாதம் (கடக ராசி)

I. மிக நன்றாய்ப் பொருந்தும் பெண் நட்சத்திரங்கள் :
(பத்துக்கு ஆறு பொருத்தங்களுக்கு மேல் இருக்கும்)

1. அஸ்வினி
2. பரணி
3. ரோகிணி
4. அஸ்தம்
5. சித்திரை (கன்னி & துலாம்)
6. சுவாதி
7. அனுஷம்
8. கேட்டை
9. பூராடம்
10. திருவோணம்
11. அவிட்டம் (மகரம்)
12. சதயம்
13. உத்திரட்டாதி
14. ரேவதி

II. பொருந்தாத பெண் நட்சத்திரங்கள் :

1. கிருத்திகை (மேஷம் & ரிஷபம்)
2. மிருகசீரிடம் (மிதுனம்)
3. திருவாதிரை
4. புனர்பூசம் (கடகம்)
5. பூசம்
6. ஆயில்யம்
7. உத்திரம் (சிம்மம் & கன்னி)
8. விசாகம் (துலாம் & விருச்சிகம்)
9. உத்திராடம் (தனுசு & மகரம்)
10. பூரட்டாதி (கும்பம் & மீனம்)

III. மீதியுள்ள பெண் நட்சத்திரங்கள் :

இவைகளும் பொருந்தும். ஆனால், பத்துக்கு ஐந்து முதல் ஆறு பொருத்தங்கள் மட்டும் இருக்கும்.

ஆணின் நட்சத்திரம் : பூசம்
(கடக ராசி)

I. மிக நன்றாய்ப் பொருந்தும் பெண் நட்சத்திரங்கள் :
(பத்துக்கு ஆறு பொருத்தங்களுக்கு மேல் இருக்கும்)

1. அஸ்வினி
2. கிருத்திகை (மேஷம் & ரிஷபம்)
3. மிருகசீரிடம் (ரிஷபம் & மிதுனம்)
4. மகம்
5. உத்திரம் (சிம்மம் & கன்னி)
6. அஸ்தம்
7. சுவாதி
8. கேட்டை
9. மூலம்
10. உத்திராடம் (தனுசு & மகரம்)
11. ரேவதி

II. பொருந்தாத பெண் நட்சத்திரங்கள் :

1. பரணி
2. திருவாதிரை
3. புனர்பூசம் (கடகம்)
4. பூசம்
5. ஆயில்யம்
6. பூரம்
7. அனுஷம்
8. பூராடம்
9. திருவோணம்
10. பூரட்டாதி (கும்பம்)
11. உத்திரட்டாதி

III. மீதியுள்ள பெண் நட்சத்திரங்கள் :

இவைகளும் பொருந்தும். ஆனால், பத்துக்கு ஐந்து முதல் ஆறு பொருத்தங்கள் மட்டும் இருக்கும்.

ஆணின் நட்சத்திரம் : ஆயில்யம் (கடக ராசி)

I. மிக நன்றாய்ப் பொருந்தும் பெண் நட்சத்திரங்கள் :
(பத்துக்கு ஆறு பொருத்தங்களுக்கு மேல் இருக்கும்)

1. பரணி
2. கிருத்திகை (மேஷம் & ரிஷபம்)
3. ரோகிணி
4. உத்திரம் (சிம்மம் & கன்னி)
5. அஸ்தம்
6. சித்திரை (கன்னி & துலாம்)
7. சுவாதி
8. விசாகம் (துலாம் & விருச்சிகம்)
9. அனுஷம்
10. பூராடம்
11. உத்திராடம் (தனுசு & மகரம்)
12. திருவோணம்
13. அவிட்டம் (மகரம்)

14. *சதயம்*
15. *பூரட்டாதி (மீனம்)*
16. *உத்திரட்டாதி*

II. பொருந்தாத பெண் நட்சத்திரங்கள் :

1. அஸ்வினி
2. மிருகசீரிடம் (மிதுனம்)
3. திருவாதிரை
4. புனர்பூசம் (மிதுனம் & கடகம்)
5. பூசம்
6. ஆயில்யம்
7. மகம்
8. கேட்டை
9. மூலம்
10. ரேவதி

III. மீதியுள்ள பெண் நட்சத்திரங்கள் :

இவைகளும் பொருந்தும். ஆனால், பத்துக்கு ஐந்து முதல் ஆறு பொருத்தங்கள் மட்டும் இருக்கும்.

ஆணின் நட்சத்திரம் : மகம்
(சிம்ம ராசி)

I. மிக நன்றாய்ப் பொருந்தும் பெண் நட்சத்திரங்கள் :
[பத்துக்கு ஆறு பொருத்தங்களுக்கு மேல் இருக்கும்]

1. பரணி
2. கிருத்திகை (மேஷம் & ரிஷபம்)
3. உத்திரம் (கன்னி)
4. அஸ்தம்
5. சித்திரை (கன்னி & துலாம்)
6. சுவாதி
7. விசாகம் (துலாம் & விருச்சிகம்)
8. அனுஷம்
9. பூராடம்
10. உத்திராடம் (தனுசு)
11. திருவோணம்
12. அவிட்டம் (கும்பம்)
13. சதயம்

14. *பூரட்டாதி (கும்பம் & மீனம்)*
15. *உத்திரட்டாதி*

II. பொருந்தாத பெண் நட்சத்திரங்கள் :

1. *அஸ்வினி*
2. *ரோகிணி*
3. *மிருகசீரிடம் (ரிஷபம் & மிதுனம்)*
4. *ஆயில்யம்*
5. *மகம்*
6. *பூரம்*
7. *உத்திரம் (சிம்மம்)*
8. *கேட்டை*
9. *மூலம்*
10. *ரேவதி*

III. மீதியுள்ள பெண் நட்சத்திரங்கள் :

இவைகளும் பொருந்தும். ஆனால், பத்துக்கு ஐந்து முதல் ஆறு பொருத்தங்கள் மட்டும் இருக்கும்.

ஆணின் நட்சத்திரம் : பூரம்
(சிம்ம ராசி)

I. மிக நன்றாய்ப் பொருந்தும் பெண் நட்சத்திரங்கள் :
(பத்துக்கு ஆறு பொருத்தங்களுக்கு மேல் இருக்கும்)

1. அஸ்வினி
2. திருவாதிரை
3. உத்திரம் (கன்னி)
4. அஸ்தம்
5. சுவாதி
6. உத்திராடம் (தனுசு)
7. திருவோணம்
8. பூரட்டாதி (கும்பம் & மீனம்)
9. ரேவதி

II. பொருந்தாத பெண் நட்சத்திரங்கள் :

1. பரணி
2. ரோகிணி

3. மிருகசீரிடம் *(ரிஷபம் & மிதுனம்)*
4. புனர்பூசம் *(மிதுனம் & கடகம்)*
5. பூசம்
6. ஆயில்யம்
7. மகம்
8. உத்திரம் *(சிம்மம்)*
9. பூரம்
10. விசாகம் *(துலாம்)*
11. அனுஷம்
12. பூராடம்
13. அவிட்டம் *(மகரம்)*
14. உத்திரட்டாதி

III. மீதியுள்ள பெண் நட்சத்திரங்கள் :

இவைகளும் பொருந்தும். ஆனால், பத்துக்கு ஐந்து முதல் ஆறு பொருத்தங்கள் மட்டும் இருக்கும்.

ஆணின் நட்சத்திரம் : உத்திரம்
1 ஆம் பாதம் (சிம்ம ராசி)

I. மிக நன்றாய்ப் பொருந்தும் பெண் நட்சத்திரங்கள் :
(பத்துக்கு ஆறு பொருத்தங்களுக்கு மேல் இருக்கும்)

1. அஸ்வினி
2. பரணி
3. ரோகிணி
4. மிருகசீரிடம் (ரிஷபம் & மிதுனம்)
5. திருவாதிரை
6. அஸ்தம்
7. சுவாதி
8. அனுஷம்
9. கேட்டை
10. பூராடம்
11. திருவோணம்
12. உத்திரட்டாதி
13. ரேவதி

II. பொருந்தாத பெண் நட்சத்திரங்கள்:

1. கிருத்திகை (மேஷம் & ரிஷபம்)
2. புனர்பூசம் (மிதுனம் & கடகம்)
3. மகம்
4. பூரம்
5. உத்திரம் (சிம்மம்)
6. சித்திரை (கன்னி & துலாம்)
7. விசாகம் (துலாம் & விருச்சிகம்)
8. உத்திராடம் (தனுசு & மகரம்)
9. அவிட்டம் (மகரம் & கும்பம்)
10. பூரட்டாதி (கும்பம் & மீனம்)

III. மீதியுள்ள பெண் நட்சத்திரங்கள்:

இவைகளும் பொருந்தும். ஆனால், பத்துக்கு ஐந்து முதல் ஆறு பொருத்தங்கள் மட்டும் இருக்கும்.

ஆணின் நட்சத்திரம் : உத்திரம் 2, 3, 4 ஆம் பாதங்கள் (கன்னி ராசி)

I. மிக நன்றாய்ப் பொருந்தும் பெண் நட்சத்திரங்கள் :
(பத்துக்கு ஆறு பொருத்தங்களுக்கு மேல் இருக்கும்)

1. பரணி
2. ரோகிணி
3. மிருகசீரிடம் (ரிஷபம் & மிதுனம்)
4. திருவாதிரை
5. பூரம்
6. சுவாதி
7. அனுஷம்
8. கேட்டை
9. பூராடம்
10. திருவோணம்
11. உத்திரட்டாதி
12. ரேவதி

II. பொருந்தாத பெண் நட்சத்திரங்கள் :

1. கிருத்திகை (மேஷம் & ரிஷபம்)
2. புனர்பூசம் (மிதுனம் & கடகம்)
3. உத்திரம் (கன்னி)
4. அஸ்தம்
5. சித்திரை (கன்னி & துலாம்)
6. விசாகம் (துலாம் & விருச்சிகம்)
7. உத்திராடம் (தனுசு & மகரம்)
8. பூரட்டாதி (கும்பம் & மீனம்)

III. மீதியுள்ள பெண் நட்சத்திரங்கள் :

இவைகளும் பொருந்தும். ஆனால், பத்துக்கு ஐந்து முதல் ஆறு பொருத்தங்கள் மட்டும் இருக்கும்.

ஆணின் நட்சத்திரம் : அஸ்தம் (கன்னி ராசி)

I. மிக நன்றாய்ப் பொருந்தும் பெண் நட்சத்திரங்கள் :
(பத்துக்கு ஆறு பொருத்தங்களுக்கு மேல் இருக்கும்)

1. *கிருத்திகை (ரிஷபம்)*
2. *மிருகசீரிடம் (ரிஷபம் & மிதுனம்)*
3. *புனர்பூசம் (மிதுனம் & கடகம்)*
4. *பூசம்*
5. *மகம்*
6. *உத்திரம் (சிம்மம்)*
7. *அனுஷம்*
8. *கேட்டை*
9. *மூலம்*
10. *பூராடம்*
11. *உத்திராடம் (தனுசு & மகரம்)*
12. *உத்திரட்டாதி*
13. *ரேவதி*

II. பொருந்தாத பெண் நட்சத்திரங்கள் :

1. ரோகிணி
2. திருவாதிரை
3. உத்திரம் (கன்னி)
4. அஸ்தம்
5. சித்திரை (கன்னி)
6. சுவாதி
7. விசாகம் (விருச்சிகம்)
8. திருவோணம்
9. சதயம்

III. மீதியுள்ள பெண் நட்சத்திரங்கள் :

இவைகளும் பொருந்தும். ஆனால், பத்துக்கு ஐந்து முதல் ஆறு பொருத்தங்கள் மட்டும் இருக்கும்.

ஆணின் நட்சத்திரம் : சித்திரை 1, 2 ஆம் பாதங்கள் (கன்னி ராசி)

I. மிக நன்றாய்ப் பொருந்தும் பெண் நட்சத்திரங்கள்:
(பத்துக்கு ஆறு பொருத்தங்களுக்கு மேல் இருக்கும்)

1. ரோகிணி
2. திருவாதிரை
3. புனர்பூசம் (மிதுனம் & கடகம்)
4. ஆயில்யம்
5. பூரம்
6. விசாகம் (துலாம் & விருச்சிகம்)
7. அனுஷம்
8. மூலம்
9. பூராடம்
10. திருவோணம்
11. பூரட்டாதி (கும்பம் & மீனம்)

II. பொருந்தாத பெண் நட்சத்திரங்கள் :

1. அஸ்வினி
2. கிருத்திகை (மேஷம் & ரிஷபம்)
3. மிருகசீரிடம் (ரிஷபம் & மிதுனம்)
4. பூசம்
5. உத்திரம் (சிம்மம் & கன்னி)
6. அஸ்தம்
7. சித்திரை (கன்னி & துலாம்)
8. கேட்டை
9. உத்திராடம் (தனுசு)
10. அவிட்டம் (மகரம் & கும்பம்)

III. மீதியுள்ள பெண் நட்சத்திரங்கள் :

இவைகளும் பொருந்தும். ஆனால், பத்துக்கு ஐந்து முதல் ஆறு பொருத்தங்கள் மட்டும் இருக்கும்.

ஆணின் நட்சத்திரம் : சித்திரை 3, 4 ஆம் பாதங்கள் (துலாம் ராசி)

I. மிக நன்றாய்ப் பொருந்தும் பெண் நட்சத்திரங்கள் : (பத்துக்கு ஆறு பொருத்தங்களுக்கு மேல் இருக்கும்)

1. ரோகிணி
2. திருவாதிரை
3. புனர்பூசம் *(மிதுனம் & கடகம்)*
4. ஆயில்யம்
5. பூரம்
6. விசாகம் *(விருச்சிகம்)*
7. அனுஷம்
8. மூலம்
9. பூராடம்
10. திருவோணம்
11. பூரட்டாதி *(கும்பம்)*

II. பொருந்தாத பெண் நட்சத்திரங்கள் :

1. கிருத்திகை (ரிஷபம்)
2. மிருகசீரிடம் (ரிஷபம் & மிதுனம்)
3. பூசம்
4. உத்திரம் (சிம்மம் & கன்னி)
5. அஸ்தம்
6. சித்திரை (கன்னி & துலாம்)
7. விசாகம் (துலாம்)
8. சுவாதி
9. கேட்டை
10. உத்திராடம் (தனுசு)
11. அவிட்டம் (மகரம் & கும்பம்)
12. உத்திரட்டாதி
13. ரேவதி

III. மீதியுள்ள பெண் நட்சத்திரங்கள் :

இவைகளும் பொருந்தும். ஆனால், பத்துக்கு ஐந்து முதல் ஆறு பொருத்தங்கள் மட்டும் இருக்கும்.

ஆணின் நட்சத்திரம் : சுவாதி
(துலாம் ராசி)

I. மிக நன்றாய்ப் பொருந்தும் பெண் நட்சத்திரங்கள் :
(பத்துக்கு ஆறு பொருத்தங்களுக்கு மேல் இருக்கும்)

1. பரணி
2. கிருத்திகை (மேஷம் & ரிஷபம்)
3. மிருகசீரிடம் (ரிஷபம் & மிதுனம்)
4. புனர்பூசம் (மிதுனம் & கடகம்)
5. பூசம்
6. ஆயில்யம்
7. மகம்
8. உத்திரம் (சிம்மம் & கன்னி)
9. அனுஷம்
10. கேட்டை
11. மூலம்
12. பூராடம்

13. உத்திராடம் *(தனுசு & மகரம்)*
14. உத்திரட்டாதி
15. ரேவதி

II. பொருந்தாத பெண் நட்சத்திரங்கள் :

1. ரோகிணி
2. திருவாதிரை
3. அஸ்தம்
4. சித்திரை *(கன்னி & துலாம்)*
5. விசாகம் *(துலாம்)*
6. சுவாதி
7. திருவோணம்
8. சதயம்
9. பூரட்டாதி *(மீனம்)*

III. மீதியுள்ள பெண் நட்சத்திரங்கள் :

இவைகளும் பொருந்தும். ஆனால், பத்துக்கு ஐந்து முதல் ஆறு பொருத்தங்கள் மட்டும் இருக்கும்.

ஆணின் நட்சத்திரம் : விசாகம் 1, 2, 3 ஆம் பாதங்கள் (துலாம் ராசி)

I. மிக நன்றாய்ப் பொருந்தும் பெண் நட்சத்திரங்கள் : (பத்துக்கு ஆறு பொருத்தங்களுக்கு மேல் இருக்கும்)

1. ரோகிணி
2. மிருகசீரிடம் (ரிஷபம் & மிதுனம்)
3. திருவாதிரை
4. ஆயில்யம்
5. மகம்
6. பூரம்
7. விசாகம் (விருச்சிகம்)
8. மூலம்
9. பூராடம்
10. திருவோணம்
11. அவிட்டம் (மகரம் & கும்பம்)

II. பொருந்தாத பெண் நட்சத்திரங்கள் :

1. கிருத்திகை *(மேஷம் & ரிஷபம்)*
2. புனர்பூசம் *(மிதுனம் & கடகம்)*
3. உத்திரம் *(சிம்மம் & கன்னி)*
4. சித்திரை *(துலாம்)*
5. சுவாதி
6. விசாகம் *(துலாம்)*
7. உத்திராடம் *(தனுசு & மகரம்)*
8. பூரட்டாதி *(கும்பம் & மீனம்)*
9. உத்திரட்டாதி
10. ரேவதி

III. மீதியுள்ள பெண் நட்சத்திரங்கள் :

இவைகளும் பொருந்தும். ஆனால், பத்துக்கு ஐந்து முதல் ஆறு பொருத்தங்கள் மட்டும் இருக்கும்.

ஆணின் நட்சத்திரம் : விசாகம் 4 ஆம் பாதம் (விருச்சிக ராசி)

I. மிக நன்றாய்ப் பொருந்தும் பெண் நட்சத்திரங்கள் : (பத்துக்கு ஆறு பொருத்தங்களுக்கு மேல் இருக்கும்)

1. ரோகிணி
2. மிருகசீரிடம் (ரிஷபம்)
3. திருவாதிரை
4. ஆயில்யம்
5. மகம்
6. பூரம்
7. விசாகம் (துலாம்)
8. மூலம்
9. பூராடம்
10. திருவோணம்
11. அவிட்டம் (மகரம் & கும்பம்)

II. பொருந்தாத பெண் நட்சத்திரங்கள்:

1. கிருத்திகை *(மேஷம் & ரிஷபம்)*
2. புனர்பூசம் *(மிதுனம் & கடகம்)*
3. உத்திரம் *(சிம்மம் & கன்னி)*
4. சுவாதி
5. விசாகம் *(விருச்சிகம்)*
6. அனுஷம்
7. கேட்டை
8. உத்திராடம் *(தனுசு & மகரம்)*
9. பூரட்டாதி *(கும்பம் & மீனம்)*

III. மீதியுள்ள பெண் நட்சத்திரங்கள்:

இவைகளும் பொருந்தும். ஆனால், பத்துக்கு ஐந்து முதல் ஆறு பொருத்தங்கள் மட்டும் இருக்கும்.

ஆணின் நட்சத்திரம் : அனுஷம் (விருச்சிக ராசி)

I. மிக நன்றாய்ப் பொருந்தும் பெண் நட்சத்திரங்கள் : [பத்துக்கு ஆறு பொருத்தங்களுக்கு மேல் இருக்கும்]

1. அஸ்வினி
2. கிருத்திகை (மேஷம் & ரிஷபம்)
3. ரோகிணி
4. மிருகசீரிடம் (ரிஷபம் & மிதுனம்)
5. புனர்பூசம் (மிதுனம் & கடகம்)
6. ஆயில்யம்
7. மகம்
8. உத்திரம் (சிம்மம் & கன்னி)
9. உத்திராடம் (தனுசு & மகரம்)
10. திருவோணம்
11. சதயம்
12. பூரட்டாதி (மீனம்)
13. ரேவதி

II. பொருந்தாத பெண் நட்சத்திரங்கள் :

1. பரணி
2. திருவாதிரை
3. பூரம்
4. பூசம்
5. சுவாதி
6. விசாகம் (துலாம் & விருச்சிகம்)
7. அனுஷம்
8. கேட்டை
9. பூராடம்
10. உத்திரட்டாதி

III. மீதியுள்ள பெண் நட்சத்திரங்கள் :

இவைகளும் பொருந்தும். ஆனால், பத்துக்கு ஐந்து முதல் ஆறு பொருத்தங்கள் மட்டும் இருக்கும்.

ஆணின் நட்சத்திரம் : கேட்டை
(விருச்சிக ராசி)

I. மிக நன்றாய்ப் பொருந்தும் பெண் நட்சத்திரங்கள் :
[பத்துக்கு ஆறு பொருத்தங்களுக்கு மேல் இருக்கும்]

1. பரணி
2. கிருத்திகை (மேஷம் & ரிஷபம்)
3. ரோகிணி
4. மிருகசீரிடம் (ரிஷபம்)
5. புனர்பூசம் (கடகம்)
6. பூசம்
7. பூரம்
8. உத்திரம் (சிம்மம் & கன்னி)
9. அஸ்தம்
10. சுவாதி
11. பூராடம்
12. உத்திராடம் (தனுசு & மகரம்)

13. திருவோணம்
14. சதயம்
15. உத்திரட்டாதி

II. பொருந்தாத பெண் நட்சத்திரங்கள் :

1. அஸ்வினி
2. ஆயில்யம்
3. மகம்
4. சித்திரை (துலாம்)
5. விசாகம் (துலாம் & விருச்சிகம்)
6. அனுஷம்
7. கேட்டை
8. மூலம்
9. அவிட்டம் (மகரம்)
10. பூரட்டாதி (கும்பம்)
11. ரேவதி

III. மீதியுள்ள பெண் நட்சத்திரங்கள் :

இவைகளும் பொருந்தும். ஆனால், பத்துக்கு ஐந்து முதல் ஆறு பொருத்தங்கள் மட்டும் இருக்கும்.

ஆணின் நட்சத்திரம் : மூலம் (தனுசு ராசி)

I. மிக நன்றாய்ப் பொருந்தும் பெண் நட்சத்திரங்கள் :
[பத்துக்கு ஆறு பொருத்தங்களுக்கு மேல் இருக்கும்]

1. பரணி
2. கிருத்திகை (மேஷம் & ரிஷபம்)
3. ரோகிணி
4. மிருகசீரிடம் (ரிஷபம் & மிதுனம்)
5. திருவாதிரை
6. புனர்பூசம் (கடகம்)
7. பூசம்
8. பூரம்
9. உத்திரம் (சிம்மம் & கன்னி)
10. அஸ்தம்
11. சித்திரை (துலாம்)
12. விசாகம் (துலாம் & விருச்சிகம்)
13. உத்திராடம் (மகரம்)

14. திருவோணம்
15. அவிட்டம் (மகரம் & கும்பம்)
16. சதயம்
17. பூரட்டாதி (கும்பம் & மீனம்)
18. உத்திரட்டாதி

II. பொருந்தாத பெண் நட்சத்திரங்கள் :

1. அஸ்வினி
2. ஆயில்யம்
3. மகம்
4. அனுஷம்
5. கேட்டை
6. மூலம்
7. பூராடம்
8. உத்திராடம் (தனுசு)
9. ரேவதி

III. மீதியுள்ள பெண் நட்சத்திரங்கள் :

இவைகளும் பொருந்தும். ஆனால், பத்துக்கு ஐந்து முதல் ஆறு பொருத்தங்கள் மட்டும் இருக்கும்.

ஆணின் நட்சத்திரம் : பூராடம் (தனுசு ராசி)

I. மிக நன்றாய்ப் பொருந்தும் பெண் நட்சத்திரங்கள் : (பத்துக்கு ஆறு பொருத்தங்களுக்கு மேல் இருக்கும்)

1. அஸ்வினி
2. ரோகிணி
3. மிருகசீரிடம் (ரிஷபம் & மிதுனம்)
4. திருவாதிரை
5. புனர்பூசம் (மிதுனம் & கடகம்)
6. உத்திரம் (சிம்மம் & கன்னி)
7. அஸ்தம்
8. உத்திராடம் (மகரம்)
9. திருவோணம்
10. பூரட்டாதி (கும்பம் & மீனம்)
11. ரேவதி

II. பொருந்தாத பெண் நட்சத்திரங்கள் :

1. பரணி
2. கிருத்திகை *(மேஷம் & ரிஷபம்)*
3. பூசம்
4. பூரம்
5. சித்திரை *(துலாம்)*
6. விசாகம் *(துலாம் & விருச்சிகம்)*
7. அனுஷம்
8. கேட்டை
9. மூலம்
10. பூராடம்
11. உத்திராடம் *(தனுசு)*
12. உத்திரட்டாதி

III. மீதியுள்ள பெண் நட்சத்திரங்கள் :

இவைகளும் பொருந்தும். ஆனால், பத்துக்கு ஐந்து முதல் ஆறு பொருத்தங்கள் மட்டும் இருக்கும்.

ஆணின் நட்சத்திரம் : உத்திராடம் 1 ஆம் பாதம் (தனுசு ராசி)

I. மிக நன்றாய்ப் பொருந்தும் பெண் நட்சத்திரங்கள் :
(பத்துக்கு ஆறு பொருத்தங்களுக்கு மேல் இருக்கும்)

1. அஸ்வினி
2. பரணி
3. ரோகிணி
4. மிருகசீரிடம் (ரிஷபம் & மிதுனம்)
5. திருவாதிரை
6. பூசம்
7. பூரம்
8. அஸ்தம்
9. சுவாதி
10. திருவோணம்
11. உத்திரட்டாதி
12. ரேவதி

II. பொருந்தாத பெண் நட்சத்திரங்கள் :

1. கிருத்திகை (மேஷம் & ரிஷபம்)
2. புனர்பூசம் (மிதுனம் & கடகம்)
3. உத்திரம் (சிம்மம் & கன்னி)
4. சித்திரை (கன்னி & துலாம்)
5. விசாகம் (துலாம் & விருச்சிகம்)
6. மூலம்
7. பூராடம்
8. உத்திராடம் (தனுசு)
9. அவிட்டம் (மகரம் & கும்பம்)
10. பூரட்டாதி (கும்பம் & மீனம்)

III. மீதியுள்ள பெண் நட்சத்திரங்கள் :

இவைகளும் பொருந்தும். ஆனால், பத்துக்கு ஐந்து முதல் ஆறு பொருத்தங்கள் மட்டும் இருக்கும்.

ஆணின் நட்சத்திரம் : உத்திராடம் 2, 3, 4 ஆம் பாதங்கள் (மகர ராசி)

I. மிக நன்றாய்ப் பொருந்தும் பெண் நட்சத்திரங்கள் : (பத்துக்கு ஆறு பொருத்தங்களுக்கு மேல் இருக்கும்)

1. அஸ்வினி
2. பரணி
3. ரோகிணி
4. மிருகசீரிடம் (ரிஷபம் & மிதுனம்)
5. திருவாதிரை
6. பூசம்
7. அஸ்தம்
8. சுவாதி
9. பூராடம்
10. சதயம்
11. உத்திரட்டாதி
12. ரேவதி

II. பொருந்தாத பெண் நட்சத்திரங்கள் :

1. கிருத்திகை *(மேஷம் & ரிஷபம்)*
2. புனர்பூசம் *(மிதுனம் & கடகம்)*
3. மகம்
4. உத்திரம் *(சிம்மம் & கன்னி)*
5. சித்திரை *(கன்னி & துலாம்)*
6. விசாகம் *(துலாம் & விருச்சிகம்)*
7. மூலம்
8. உத்திராடம் *(மகரம்)*
9. திருவோணம்
10. அவிட்டம் *(மகரம்)*
11. பூரட்டாதி *(கும்பம் & மீனம்)*

III. மீதியுள்ள பெண் நட்சத்திரங்கள் :

இவைகளும் பொருந்தும். ஆனால், பத்துக்கு ஐந்து முதல் ஆறு பொருத்தங்கள் மட்டும் இருக்கும்.

ஆணின் நட்சத்திரம் : திருவோணம்
(மகர ராசி)

I. மிக நன்றாய்ப் பொருந்தும் பெண் நட்சத்திரங்கள் :
(பத்துக்கு ஆறு பொருத்தங்களுக்கு மேல் இருக்கும்)

1. அஸ்வினி
2. பரணி
3. மிருகசீரிடம் (ரிஷபம் & மிதுனம்)
4. புனர்பூசம் (மிதுனம் & கடகம்)
5. ஆயில்யம்
6. மகம்
7. உத்திரம் (கன்னி)
8. சித்திரை (கன்னி & துலாம்)
9. விசாகம் (துலாம் & விருச்சிகம்)
10. அனுஷம்
11. மூலம்
12. உத்திராடம் (தனுசு)

13. அவிட்டம் (கும்பம்)
14. பூரட்டாதி (கும்பம் & மீனம்)
15. உத்திரட்டாதி
16. ரேவதி

II. பொருந்தாத பெண் நட்சத்திரங்கள் :

1. ரோகிணி
2. திருவாதிரை
3. அஸ்தம்
4. சுவாதி
5. உத்திராடம் (மகரம்)
6. திருவோணம்
7. அவிட்டம் (மகரம்)
8. சதயம்

III. மீதியுள்ள பெண் நட்சத்திரங்கள் :

இவைகளும் பொருந்தும். ஆனால், பத்துக்கு ஐந்து முதல் ஆறு பொருத்தங்கள் மட்டும் இருக்கும்.

ஆணின் நட்சத்திரம் : அவிட்டம் 1, 2 ஆம் பாதங்கள் (மகர ராசி)

I. மிக நன்றாய்ப் பொருந்தும் பெண் நட்சத்திரங்கள் :
(பத்துக்கு ஆறு பொருத்தங்களுக்கு மேல் இருக்கும்)

1. ரோகிணி
2. திருவாதிரை
3. புனர்பூசம் (மிதுனம் & கடகம்)
4. ஆயில்யம்
5. பூரம்
6. விசாகம் (துலாம் & விருச்சிகம்)
7. பூராடம்
8. பூரட்டாதி (கும்பம் & மீனம்)

II. பொருந்தாத பெண் நட்சத்திரங்கள் :

1. மிருகசீரிடம் (ரிஷபம் & மிதுனம்)
2. உத்திரம் (சிம்மம் & கன்னி)

3. சித்திரை *(கன்னி & துலாம்)*
4. அனுஷம்
5. கேட்டை
6. உத்திராடம் *(தனுசு & மகரம்)*
7. திருவோணம்
8. அவிட்டம் *(மகரம் & கும்பம்)*

III. மீதியுள்ள பெண் நட்சத்திரங்கள் :

இவைகளும் பொருந்தும். ஆனால், பத்துக்கு ஐந்து முதல் ஆறு பொருத்தங்கள் மட்டும் இருக்கும்.

ஆணின் நட்சத்திரம் : அவிட்டம் 3, 4 ஆம் பாதங்கள் (கும்ப ராசி)

I. மிக நன்றாய்ப் பொருந்தும் பெண் நட்சத்திரங்கள் :
(பத்துக்கு ஆறு பொருத்தங்களுக்கு மேல் இருக்கும்)

1. ரோகிணி
2. திருவாதிரை
3. புனர்பூசம் (மிதுனம்)
4. ஆயில்யம்
5. பூரம்
6. விசாகம் (துலாம் & விருச்சிகம்)
7. பூராடம்
8. திருவோணம்
9. பூரட்டாதி (மீனம்)

II. பொருந்தாத பெண் நட்சத்திரங்கள் :

1. மிருகசீரிடம் (ரிஷபம் & மிதுனம்)
2. உத்திரம் (சிம்மம் & கன்னி)

3. அஸ்தம்
4. சித்திரை (கன்னி & துலாம்)
5. அனுஷம்
6. கேட்டை
7. உத்திராடம் (தனுசு & மகரம்)
8. அவிட்டம் (மகரம் & கும்பம்)
9. சதயம்
10. பூரட்டாதி (கும்பம்)

III. மீதியுள்ள பெண் நட்சத்திரங்கள்:

இவைகளும் பொருந்தும். ஆனால், பத்துக்கு ஐந்து முதல் ஆறு பொருத்தங்கள் மட்டும் இருக்கும்.

ஆணின் நட்சத்திரம் : சதயம்
(கும்ப ராசி)

I. மிக நன்றாய்ப் பொருந்தும் பெண் நட்சத்திரங்கள் :
(பத்துக்கு ஆறு பொருத்தங்களுக்கு மேல் இருக்கும்)

1. அஸ்வினி
2. பரணி
3. கிருத்திகை (மேஷம் & ரிஷபம்)
4. மிருகசீரிடம் (ரிஷபம் & மிதுனம்)
5. புனர்பூசம் (மிதுனம்)
6. பூசம்
7. ஆயில்யம்
8. மகம்
9. பூரம்
10. உத்திரம் (சிம்மம் & கன்னி)
11. அனுஷம்
12. கேட்டை

13. மூலம்
14. உத்திராடம் (தனுசு & மகரம்)
15. உத்திரட்டாதி
16. ரேவதி

II. பொருந்தாத பெண் நட்சத்திரங்கள் :

1. ரோகிணி
2. திருவாதிரை
3. அஸ்தம்
4. சுவாதி
5. விசாகம் (விருச்சிகம்)
6. திருவோணம்
7. அவிட்டம் (மகரம் & கும்பம்)
8. சதயம்
9. பூரட்டாதி (கும்பம்)

III. மீதியுள்ள பெண் நட்சத்திரங்கள் :

இவைகளும் பொருந்தும். ஆனால், பத்துக்கு ஐந்து முதல் ஆறு பொருத்தங்கள் மட்டும் இருக்கும்.

ஆணின் நட்சத்திரம் : பூரட்டாதி 1, 2, 3 ஆம் பாதங்கள் (கும்ப ராசி)

I. மிக நன்றாய்ப் பொருந்தும் பெண் நட்சத்திரங்கள் :
(பத்துக்கு ஆறு பொருத்தங்களுக்கு மேல் இருக்கும்)

1. ரோகிணி
2. மிருகசீரிடம் (ரிஷபம் & மிதுனம்)
3. திருவாதிரை
4. பூரம்
5. திருவோணம்

II. பொருந்தாத பெண் நட்சத்திரங்கள் :

1. கிருத்திகை (மேஷம் & ரிஷபம்)
2. புனர்பூசம் (மிதுனம் & கடகம்)
3. உத்திரம் (சிம்மம் & கன்னி)
4. சித்திரை (துலாம்)

5. விசாகம் *(துலாம் & விருச்சிகம்)*
6. உத்திராடம் *(தனுசு & மகரம்)*
7. அவிட்டம் *(மகரம் & கும்பம்)*
8. சதயம்
9. பூரட்டாதி *(கும்பம் & மீனம்)*

III. மீதியுள்ள பெண் நட்சத்திரங்கள் :

இவைகளும் பொருந்தும். ஆனால், பத்துக்கு ஐந்து முதல் ஆறு பொருத்தங்கள் மட்டும் இருக்கும்.

ஆணின் நட்சத்திரம் : பூரட்டாதி 4 ஆம் பாதம் (மீன ராசி)

I. மிக நன்றாய்ப் பொருந்தும் பெண் நட்சத்திரங்கள் :
(பத்துக்கு ஆறு பொருத்தங்களுக்கு மேல் இருக்கும்)

1. ரோகிணி
2. மிருகசீரிடம் (ரிஷபம் & மிதுனம்)
3. திருவாதிரை
4. பூரம்
5. அஸ்தம்
6. பூராடம்
7. திருவோணம்

II. பொருந்தாத பெண் நட்சத்திரங்கள் :

1. கிருத்திகை (மேஷம் & ரிஷபம்)
2. புனர்பூசம் (மிதுனம் & கடகம்)
3. உத்திரம் (சிம்மம் & கன்னி)

4. சித்திரை (துலாம்)
5. விசாகம் (துலாம் & விருச்சிகம்)
6. கேட்டை
7. உத்திராடம் (தனுசு & மகரம்)
8. அவிட்டம் (மகரம் & கும்பம்)
9. சதயம்
10. பூரட்டாதி (கும்பம் & மீனம்)
11. உத்திரட்டாதி
12. ரேவதி

III. மீதியுள்ள பெண் நட்சத்திரங்கள் :

இவைகளும் பொருந்தும். ஆனால், பத்துக்கு ஐந்து முதல் ஆறு பொருத்தங்கள் மட்டும் இருக்கும்.

ஆணின் நட்சத்திரம் : உத்திரட்டாதி
(மீன ராசி)

I. மிக நன்றாய்ப் பொருந்தும் பெண் நட்சத்திரங்கள் : (பத்துக்கு ஆறு பொருத்தங்களுக்கு மேல் இருக்கும்)

1. அஸ்வினி
2. ரோகிணி
3. மிருகசீரிடம் (ரிஷபம் & மிதுனம்)
4. திருவாதிரை
5. புனர்பூசம் (மிதுனம் & கடகம்)
6. உத்திரம் (சிம்மம் & கன்னி)
7. அஸ்தம்
8. சுவாதி
9. உத்திராடம் (தனுசு & மகரம்)
10. திருவோணம்

II. பொருந்தாத பெண் நட்சத்திரங்கள் :

1. பரணி
2. பூசம்
3. பூரம்
4. சித்திரை (கன்னி & துலாம்)
5. விசாகம் (துலாம் & விருச்சிகம்)
6. அனுஷம்
7. பூராடம்
8. அவிட்டம் (மகரம் & கும்பம்)
9. சதயம்
10. பூரட்டாதி (கும்பம் & மீனம்)
11. உத்திரட்டாதி
12. ரேவதி

III. மீதியுள்ள பெண் நட்சத்திரங்கள் :

இவைகளும் பொருந்தும். ஆனால், பத்துக்கு ஐந்து முதல் ஆறு பொருத்தங்கள் மட்டும் இருக்கும்.

ஆணின் நட்சத்திரம் : ரேவதி
(மீன ராசி)

I. மிக நன்றாய்ப் பொருந்தும் பெண் நட்சத்திரங்கள் :
(பத்துக்கு ஆறு பொருத்தங்களுக்கு மேல் இருக்கும்)

1. பரணி
2. கிருத்திகை (மேஷம் & ரிஷபம்)
3. ரோகிணி
4. மிருகசீரிடம் (ரிஷபம் & கடகம்)
5. திருவாதிரை
6. புனர்பூசம் (மிதுனம் & கடகம்)
7. பூசம்
8. பூரம்
9. உத்திரம் (சிம்மம் & கன்னி)
10. அஸ்தம்
11. சுவாதி
12. அனுஷம்

13. பூராடம்
14. உத்திராடம் (தனுசு & மகரம்)
15. திருவோணம்
16. சதயம்

II. பொருந்தாத பெண் நட்சத்திரங்கள் :

1. அஸ்வினி
2. ஆயில்யம்
3. மகம்
4. விசாகம் (துலாம் & விருச்சிகம்)
5. கேட்டை
6. மூலம்
7. அவிட்டம் (மகரம் & கும்பம்)
8. பூரட்டாதி (கும்பம் & மீனம்)
9. உத்திரட்டாதி
10. ரேவதி

III. மீதியுள்ள பெண் நட்சத்திரங்கள் :

இவைகளும் பொருந்தும். ஆனால், பத்துக்கு ஐந்து முதல் ஆறு பொருத்தங்கள் மட்டும் இருக்கும்.